0

நாளைய செய்தி!

சுகந்தி நாடார்

Tamilunltd
10 Maybelle court Mechanicsburg PA 17050
tamilunltd@gmail.com

நூலின் பெயர்	:	நாளைய செய்தி
ISBN	:	*978-0-9839087-6-0*
பொருள்	:	நாவல்
மொழி	:	தமிழ்
ஆசிரியர்	:	சுகந்தி நாடார்
பதிப்பு	:	முதல் பதிப்பு மின்னூல் *2018* இரண்டாம் பதிப்பு *2019*
உரிமை	:	ஆசிரியருக்கு
நூலின் அளவு	:	*B&W 5 x 7 in or 178 x 127 mm Perfect Bound on Creme w/Gloss Lam*
எழுத்துரு	:	மைக்ரோசப்ட் விஜயா
எழுத்துரு அளவு	:	*12* புள்ளி
விலை	:	*$5.99*
பக்கங்கள்	:	*36*
அச்சாக்கம்	:	*ingramspark*
பதிப்பகம்	:	*Tamilunltd* *10 Maybelle court Mechanicsburg PA 17050* *tamilunltd@gmail.com* *Ph:0017177283999* *0017178025889* *917358951926* *anitham.suganthinadar.com*

Contents

செய்தியாகுமா? 2

நாளைய செய்தி!

சுகந்தி நாடார்

அனைவரின் வாழ்க்கையும் ஒரு செய்தியே. பல சமயங்களில் சிலரது வாழ்க்கை முக்கியச் செய்தியாகப் போய் விடுகின்றது.

செய்தியாகுமா?

"பார்த்துக் கொண்டிருந்த டிவியில் இருந்து பார்வையை எடுத்தாள் ஷீலா. அவள் ஆசைக் கணவன் இன்னும் வீடு வரவில்லை.பார்வையை சோபாவில் படுத்திருந்த படியே ஜன்னல் வழியாகப் பார்த்தாள்.

. ஜன்னலுக்கு வெளியே கும்மிருட்டு. மழை வரும் போல இருக்கிறது. ஓடிக் கொண்டிருந்த மின்விசிறியையும் மீறி அவளுக்கு வேர்த்தது மணி இரவு பன்னிரெண்டு. அவள் கணவன் இன்னும் இன்னும் வீட்டுக்கு வரவில்லை. ஒரு வேளை வேண்டு மென்றே லேட்டாக வருகிறானோ?

காதல் மனைவியின் முதல் பிறந்த நாளை ஆசையாய்க் கொண்டாட நினைத்திருப்பான்.

பன்னிரெண்டு மணிக்குச் சரியாக வந்து பிறந்த நாள் வாழ்த்துச் சொல்லப் போகிறான். அவளுக்குள்ளே ஒரே பரபரப்பு. என்ன மாதிரி வாழ்த்துச் சொல்லுவானோ என்னவோ . நகையேதும் வாங்கி வைத்திருப்பானோ? ஒருச் சின்ன ரோஜாப்பூ கொண்டு வந்தாலே அவளுக்கு சந்தோஷம் தான். அவளுக்கு மஞ்சள் ரோஜா ரொம்பப் பிடிக்கும். ஆசையாய் கணவன் தரும் இனிய அதிர்ச்சிக்காக டிவியைப் பார்த்த படியே காத்திருந்தாள்.

வீதியில் கணவனின் வண்டி வரும் சத்தம் கேட்டது. அவன் தான் வந்து விட்டானோ என்று காதுகளை கூர்மையாக்கிக் கொண்டு அவன் கதவை திறக்கும் சத்ததிற்காக காத்திருந்தாள் கடிகாரத்தின் சீரான டக் டக் சத்தத்தைத் தவிர வேறு ஒன்றும் இல்லை.

பாலை மட்டும் குடித்து விட்டு படுக்க வேண்டியது தான். கணவன் வரும் போது வரட்டும்.

சோபாவை விட்டு எழுந்தாள்

டக் கென்று **தொலைக்காட்சி** நின்று போனது. மின்சாரம் போய்விட்டது போலவே! ஜன்னல் வழியாகப் பார்கிறாள். தூரத்தில் தெருவிளக்கு விட்டு விட்டு எரிந்து கொண்டிருந்தது.

"டமார் ,டமார்"என்று இடி வானத்தில் முழங்கியது. எங்கோ தூரத்தில் ஒரு நாய் ஊளை இட்டது. பயம் கொஞ்சமாக மனதை அழுத்தியது.

இருட்டிலேயே நடந்து சமையலறை பக்கம் போனாள். . இடி தான் பைக்கின் ஒலி போல கேட்டதோ?! ஆமாம் என்று பதில் சொல்வது போல் பளீரென்ற மின்னல்

"இடியோசை தான்." மழை நெருங்கிக் கொண்டிருக்கிறது.

சமையலறையில் மெழுகுவர்த்தியைத் துழாவி தேடினாள் மூலையில் முன் ஜாக்கிரதையாக வைத்திருந்த இரண்டும் அவள் கைகளில் தட்டுப்பட்டன. அதே நேரம்

பின் பக்கம் ஜன்னல் வழியாக ஏதோ நிழல்.அசைந்த மாதிரி யாரோ நடக்கும் சத்தம். யோசிக்காமல் வேகமாக சத்தம் கேட்டதிசை நோக்கி திரும்பினாள் ஷீலா. . சுவர் கெடிகாரத்திற்கு இணையாகாவள் இதயம் தடதடத்தது. பயத்துடன் அவள் ஆபத்தின அடுத்த அறிகுறிக்காய் அவள் அசையாது நின்றிருக்க

படீரென்று பின்கதவுத் திறந்தது

உள்ளே வந்தவன் கையில் பெரிய கத்தி. மின்னல் ஒளியில் பளபளத்தது. ஷீலா பார்த்துக் கொண்டு இருக்கும் போதே வந்த வேகத்தில்அவள் வயிற்றில் அதை சரக்கென்று ஆழமாகக் குத்தினான்.

வாயைத் திறந்து கத்த கூட நேரமில்லாமல் தன் வயிற்றில் இருந்து பீச்சியடிக்கும் ரத்த ஊற்றை நம்பாமல் அதிர்ச்சியுடன் பார்த்த படியே கீழே சாய்ந்தாள் அவள்.

சத்தம் இல்லாமல் இறந்து போன அவளுக்காக வானம் பொத்துக் கொண்டு அழ ஆரம்பித்தது

அத்தியாயம் ஒன்று

சூரியன் சோம்பல் முறித்து எழுந்திருக்கும் விடிகாலை நேரம்

ஆட்டோவில் இருந்து இறங்கினாள்தீப்தி. சற்றுக் குள்ளமாக இருந்தாலும் தோள் வரை இருந்த சுருண்ட முடியும், முகத்தை நிறைத்துக் காட்டும் பெரிய கண்களும் சின்ன மூக்கும் சிரிக்கும் உதடுகளும் அவளைக் கூட்டத்தில் தனியாகக் காட்டி விடும் அவள் பின்னாலேயே குதித்து அந்த பெரிய அல்ஷேஷன் நாய். தன்னிச்ச்சையாக அதன் கழுத்து மயிர்களை தடவி விட்டபடி ஆட்டோவிற்கு பணம் கொடுத்தாள்.

" பெரிய நாய்னாலும் எவ்வளவு சமத்தா ஆட்டோவில் வந்துச்சு " தீப்திக் கொடுத்த நூறு ரூபாயை சட்டைப்பையில் போட்டபடியே ஆட்டோவைத் திருப்பினான். காலை முதல் போணி நனறாக வந்த சந்தோஷம் அவனுக்கு

இரவு பெய்த மழையில் ரோடெல்லாம் சகதியாக இருந்தது.தன்னைச் சுற்றி நோட்டம் விட்டாள் தீப்தி இதோ மதுரையிம் ஒரு மூலையில் புதியதாக வந்திருக்கும் ஒரு குடியிருப்பு. எல்லாம் சின்னச் சின்ன வீடுகள். பத்து பதினைந்துஅ வீடுகளே வந்திருந்தன. தூரத்தில் சைக்கிளில் பேப்பர்காரன் வந்துகொண்டிருந்தான். ஆடி அசைந்து ஒரு பெண்மணி ரோட்டில் நடந்து வந்து கொண்டிருந்தாள்.

"வா ராஜா டெம்போ வருவத்றகுள் வீட்டைத் திறந்து பார்த்து விடுவோம்". என்ற படி வீட்டுப் படிக்கட்டுகளில் ஏறினாள் ராஜா ஆக்ரோஷமாக குலைக்க ஆரம்பித்தது.

வீட்டின் உள்ளே நுழைகையில் அவன் கண்ணில் பட்டான் பக்கத்து வீட்டுப் பின்பக்கத்தில் செடி நட்டுக்

கொண்டு இருந்தான். அவன் கையில் இருந்த மண்வெட்டியும் உடம்பில் இருந்த அழுக்கும் அவன் வேலையைத் தொடங்கி ரொம்ப நேரமாகிவிட்டது என்று காட்டியது

நிறுத்தாமல் ராஜா குலைத்தது.

மதுரை வெயிலிக்கு பயந்து காலையிலேயே வேலையைத் தொடங்கிவிட்டானோ என்னவோ?

"பாவம் அவனை பார்த்து ராஜா ஏன் ராஜா குரைக்கிறாய்?"

"ஸ்ஸ்ஸ்ஸ்ஸ்ஸ்ஸ்ஸ்ஸ் இன்னும் பாதி பேர் எழுந்திருக்க கூட மாட்டார்கள் நீ சும்மா இரு உள்ளே வா"

நாயின் கழுத்தில் இருந்த காலரைப் பிடித்து இழுத்தாள்

நாய் ஏனோ பக்கத்துவீட்டுக் காரனை பார்த்து உறுமிய படி படிக்கட்டிலேயே நின்றது. பக்கத்துவீட்டுக்காரனுக்கு அது கொஞ்சமும் பிடிக்கவில்லை என்பது அவன் முகத்திலேயே தெரிந்தது. தீப்தியைப் பார்த்து முறைத்தான், பின் கையிலிருந்த சாமானை ஒரு வேகத்தில் கீழேவீசிவிட்டு வேகமாக உள்ளேச் சென்றாள்

"ராஜா உள்ளே வா" என்று நாயின் காலரைப் பிடித்து உள்ளே தர தரஎன்றுஇழுத்து வந்தாள். உர்ர்ர்ர்ர்ர்ர் நெறு உற்முக் கொண்டே அது உள்ளே வந்தது.

"ராஜா நாம் இங்கே தனியா இருக்கணும். அதனால எல்லார்கிட்டேயும் ப்ரண்ட்லியா பழகு ஓகே" "நமக்கு எல்லோர் உதவியும் எப்பவும் தேவைப் படும் ஓகே" நாயின் கழுத்தைக் கட்டிக் கொண்டு அதை சமாதனப் அப்டுத்தினாள்

நாயும் அவள் முகத்தை நக்கியது

" குட் பாய் ராஜா என் செல்லக் குட்டி ராஜா "என்று அவளும் நாயை கொஞ்சினாள் "வா போய் நம்ம வீட்டப் பார்க்கலாம் என்றபடி எழுந்தாள்".

பார்ப்பதற்கு என்று ஒன்றும் இல்லை. கீழே ஒரு அறை சாப்பிடும் அறை சமையலறை.சமையலைறயிலிருந்து வெளியே போக ஒரு கதவு திறந்தால் சின்னதாக ஒருத் தோட்டம். தோட்டத்தின் நடுவில் ஒரு வேப்பமரம் சின்னதாய் நின்று கொண்டிருந்தது. மூச்சை இழுத்து சுகமான காற்றை இழுத்து தன்னை நிரப்பிக் கொண்டாள் தீப்தி .

அவள் பின்னாலேயே வந்த ராஜா பக்கத்து வீட்டுப் பக்கம் குரைத்துக் கொண்டு ஓரேப் பாய்ச்சலாய் பாய்ந்தது. ஓடிப் பொய் நாயைக் கட்டுப் படுத்தியவள் பார்வை

பக்கத்து வீட்டுத் தோட்டத்தை மேய்ந்தது.. அங்கேயும் ஒரு வேப்பமரம் இருந்தது. அத அருகில் புதிதாய் ஒரு மஞ்சள் ரோஜாச்செடி புதிதாய் நட்டு வைத்ததற்கு அடையாளமாய் சிரித்துக் கொண்டிருந்தது, சிலுசிலுத்தக் காற்றில் பக்கத்தில் நின்று கொண்டிருந்த வேப்ப மரம் தன் மீது விழுந்திருந்த மழை நீரைக் கண்ணீராக ரோஜாச்செடியின் மேல் சிந்தியது.

கட்டுப் படுத்த முடியாமல் குரைத்துக் கொண்டிருந்த ராஜாவை அழைத்துக் கொண்டு வீட்டுக்குள் வர முயன்றாள் தீப்தி.

வீடுக்குள் வரப் பிடிக்காமல் காலைத் தரையில் பதித்து முரண்டு பிடித்தது. ராஜா.

ராஜாவின் காலரைப் பற்றிய தீப்தியின் கரங்கள் வலித்தது.

பிடிவாதமாக நாயை உள்ளே இழுத்து வந்துக் கதவை மூடினாள் தீப்தி

கோபம் அடங்கி உருமியபடி அவள் பின்னால் வந்தது ராஜா

பார் என் "கையைப் பார்.என்று கோபமாக சிவந்திருந்த தன் கையை நாயிடம் காட்டினாள். அவள் உள்ளங்கையை பாசமாக முகர்ந்து மன்னிப்புக் கேட்டது ராஜா.

இருவருமாக மீண்டும் வெளியே வந்தார்கள். வரும் போதே பால் வாங்கி வந்திருந்தால் இப்போது ஒரு கப் சூடாக காபி குடித்திருக்கலாம்.ராஜாவிற்கும் பசிக்கும்

யோசித்தபடியே வாசலில் நின்றிருந்தாள்.

பால் வாங்க எங்கே போவது பக்கத்தில் எதுவும் கடை இருக்கிறதா என்றுத் தெரியவில்லை. சுற்றும் முற்றும் பார்த்தால். ஒரு அம்மா வீட்டின் முன்னால் கோலம் போட்டுக் கொண்டிருந்தாள். இவளைபார்த்ததும் ஒரு புன்னகையை வீசிவிட்டு கோலம் போடுவதைத் தொடர்ந்தாள்.ஐம்பது வயது மனிதர் ஒருவர் உடற்பயிற்சிக்காக ஓடிக் கொண்டு இருந்தார்

"என்னம்மா புதுசா குடிவந்திருக்கியா?" குரல் கேட்டு திரும்பினாள் காலையில் தெருவில் பார்த்த பெண்மணிதான்.

ஆமாம் இங்கே பால் காய் வாங்க எங்கப் போகணும்? ராஜா அந்தப் பெண்மணியை சுற்றிசுற்றி வந்து மோப்பம் பிடித்தது. அவள் மடியை முகர்ந்து பாத்து வாலை ஆட்டியது

" எம் பேர் மாரியம்மா நான் தான் இங்கே குடியிருக்கவிங்களுக்கெல்லாம் பால் வாங்கியாராது இந்தா என்கிட்ட இருக்கிற பாலை இப்போ தரேன் நீ காசு கொடுத்துடு நான் ஓடிப்போய் இன்னொன்னு வாங்கிட்டு வறேன்" என்றபடி ஒரு பாக்கெட்டை நீட்டினாள்

எங்கே அந்தப் பெண்மணி மனது மாறிவிடுவாளோ என்று உடனடியாக பாலை வாங்கிக் கொண்டு, தோளிலிருந்த கைப்பையிலிருந்து காசைக் எடுத்துக் கொடுத்தாள்

பக்கத்து வீட்டு அம்மாவோட பால் பாக்கெட்டுத்தான் உனக்கு கொடுத்தேன் அது எந்திருக்கங்காட்டியும் நான் பாலை வாங்கணும். கையை நீட்டி காசை வாங்கிக் கொண்டாள்

மாரியம்மா அந்தப் பக்கமாக நகர முற்பட வாசலில் ஒரு டெம்போ வந்து நின்றது. அவளுடைய சாமான் வந்து விட்டது. ராஜாவின் கழுத்தை தடவிய படி

டெம்போவிலிருந்து சாமான்களை இறக்க டெம்போ டிரைவருக்கு உதவி செய்ய ஆரம்பித்தாள்

அத்தியாயம் இரண்டு

சம்பத் நீ இன்னைக்கு சாயந்திரம் சீக்கிரம் வந்துவிடு. பெண் பார்க்கப் போக வேண்டும். நல்ல இடம் அம்மா பேசிக் கொண்டே அவனது அறைக்குள் வந்தாள். கண்ணாடி முன் தலையைச் சிவிக் கொண்டிருந்த சம்பத தன் தாயை திரும்பி பார்த்தான்.அம்மாவிடம் சொல்லிவிடலாமா? அம்மா எனக்கு கல்யாணம் ஆகி மூன்று நாளாகிறது என்று!

என்னடா அப்படி பார்க்கிறாய்? நீ பார்க்க போற பொண்ணு ஒரு அமெரிக்கப் பிரஜை. அவங்களுக்கு உன்னைப் பிடிக்கணுமேன்னு எனக்கு கவலையாய் இருக்க்கு நீ என்னைப் பார்த்துசிரிகிறாய்

“கவலைப்படாதே அம்மா வருகிறவ்ர்களை நம்ம சிரிப்பாலேயே மயக்கிடலாம்”

“போடா நீ உனக்கு எல்லாம் விளையாட்டுதான். அமெரிக்காவில் இரண்டு உணவகம் நடத்துறாங்களாம். கல்யாணமானதும் அதற்கெல்லாம் நீதான் பொறுப்பாம்”

"அம்மா அமெரிக்காவில் போய் என்னை மாவாட்ட சொல்றீயா? நான் கம்ப்யூட்டர் என்ஜினியர் என்பதை மறந்திடாதே"

"அடப் போடா ஒரு தாலியைக் கட்டிட்டா அமெரிக்காவில் பெரிய முதலாளியா போய் உட்காரப் போற." என்னவோ பெரிய எஞ்சினியர்ன்னு அலட்டிக்கிறியே அம்மா அவன் தோளில் தட்டிவிட்டு சமையலறைக்குப் போகிறார்.

எதுவும் பதில் பேசாமல் சம்பத் வெளியேறுகிறான். வெளியேறிவன் நேராக சென்னை விமான நிலையத்திற்கு வந்தான். அவனுக்காய் காத்திருந்தபடி நின்றிருந்தாள்அவள். கண்களில் பொய்க் கோபம் விளையாடியது.அவள் கச்சிதமாய்க் கட்டியிருந்த சேலையும், வடிவாய் அமைந்த தோளில் சின்னதாய் குத்தியிருந்தபுஷ்பக் ஏர்வேஸ் என்ற தங்க பின்னும் அவள் ஒருவிமான பணிப் பெண் என்று சொல்லாமல் சொல்லின.

"ஸாரிடா லேட்டாயிடுச்சு" என்ற படி அவள் இடுப்பை பிடித்து வளைத்தான் சம்பத்.

"என்னது இது எல்லாரும் பார்க்கிறாங்க" அவனுடைய கையை வெட்கமாக தள்ளிவிட்டால் அழகு தேவதை.

"நீ என் மனைவி யார் பார்த்தாலும் எனக்கு கவலையில்லை"

"போதுமே அம்மா அப்பாகிட்ட எல்லாத்தையும் சொல்லிட்டீங்களா?" இருவரும் ஒருசேர அவனுடைய வண்டியை நோக்கி நடந்தார்கள்

" இல்லைடா நீ சொல்லிட்டியா?"அவளைப் பார்த்து சின்னதாய் சிரித்தான்.

அம்மாகிட்ட மட்டும் சொன்னேன். நான் உங்களை காதலிக்கிறேன்னு சொல்ல ஆரம்பிச்சவுடனே அழ ஆரம்பிச்சிட்டாங்க அதனால் பாதியில் நிறுத்திட்டேன். கல்யாணம் பண்ணிக்கிட்டது பத்தி சொல்ல முடியவில்லை மன்னிப்புக் கோரும் வகையில் உதட்டைப் பிதுக்கினாள்.

“இப்ப என்ன பண்ணலாம்?

மதுரையில் ஒரு வீடு பார்த்திருக்கிறேன். என் ஆபிஸுக்கும் பக்கம். நீ இன்னிக்கு ஹாஸ்டலில் ரெஸ்ட் எடுத்துக்கோ. நாம் நாளைக்கு கிளம்புவோம்.

அவன் பைக்கில் ஏற அவள் அவன் பின்னால் ஏறித் தொற்றிக் கொள்ள பைக் பறந்தது.

கதவை பூட்டிக் கொண்டு வெளியே வந்தாள் தீப்தி. பாவம் ராஜா. உள்ளே வைத்துப் பூட்டிவிட்டாள். கண்ணாடி ஜன்னல் வழியாக எட்டிப்பார்த்துக் கொண்டு இருந்தது. கண்ணாடி வழியாக நாய்க்கு ஒரு முத்த த்ததை கொடுத்து காற்றில் பறக்கவிட்டாள்.

இன்று பஸ்ஸில் போய் வரவேண்டும். தினம் தினம் ஆட்டோவில் போனால் கட்டுப்படியாகாது. காம்பவுண்ட்

சுவரைத் தாண்டி வெளியே வந்தாள். தட தடவென்றுபைக் வந்து அவள் பக்கத்தில்ல் நின்றது.

திடுக்கிட்டு நிமிர்ந்து பார்த்தாள்.

பக்கத்து வீட்டு இளைஞன். முகத்தில் எள்ளும் கொள்ளும் வெடித்தது. அவனைப் பார்த்ததும் ராஜா துள்ளித்துள்ளிக் குதித்தது. அதனுடைய ஆக்ரோஷமான குரைப்பு கதவையும் தாண்டி தீப்தியின் காதில் சத்தமாக விழுந்தது.

"ஷ் ராஜா சும்மா இரு" என்று நாயை அடக்கினாள்.

"மேடம் நீங்க கொஞ்சம் நாயை அடக்கிவையுங்கள். இல்லையென்றால் நான் போலீசில் புகார் பண்ண வேண்டி வரும்"

அவனுக்கு பதில் சொல்லவிடாமல் ராஜா நிறுத்தாமல் குரைத்தது.

"ஸார் உங்க எரிச்சல் எனக்குப் புரியுது. நாயை நான் உள்ளே வைத்துக் பூட்டியிருப்பது அதற்கு பழக்கமும் இல்லை. பிடிக்கவும் இல்லை. அது தான் இப்படி குரைக்கிறது. மன்னிப்புக் கோரும் பாவனையில் பதில் சொன்னாள் தீப்தி.

"என்னவோ எனக்கு நீங்க பண்ணுவது கொஞ்சமும் நல்லாயில்லை. பக்கத்து வீட்டுக்காரங்களையும் பத்தியும் நினைச்சுப் பார்க்கணும்.

பெரிய நீயூசென்ஸா இருக்கு உங்க நாய்"

பதில் சொல்லமுடியாமல் தீப்தி நின்று கொண்டிருக்கையிலேயே மாரியம்மா வந்தாள்.

என்னம்மா நாய் கலாட்டா பண்ணுதா? அவுத்துவிடு நா வேணா பார்த்துக்கிறேன்.

அடுத்தவீட்டுக்காரன் அவசரமாக பைக்கை கிளப்பினான் மாரியம்மா அவனை அழைத்தாள் .

"இன்னா ஸார் நீ வீட்டைப் பூட்டிக்கிட்டு கிளம்பிட்டே?"

"ஏன் அதுக்கு இப்ப என்ன?'

"அம்மா உள்ளே இல்லையா? நேத்தும் வீடு பூட்டிக் கிடந்தது?". ஒரு வினாடி நேரம் திகைத்து நின்றான் அவன்

"உங்கிட்டே சொல்லிட்டுத்தான் ஊருக்குப் போவணுமா என்ன? கடுகடுத்தான்

"பால் வாங்கி வேஸ்ட்டாயிடுச்சுஅதாங் கேட்டேன்! கோவிச்சுக்கிறியே?"

"அதெல்லாம் நீ அம்மா வந்தபின்னாலே பேசிக்கோ சொன்னவன் விறுட் என்று வண்டியை பறக்க விட்டான்.

அவனுடைய கோபமும் வேகமும் தீப்திக்கு உள்ளுக்குள் ஒரு பயம் வந்தது.

யோசனையாய் சீறிப் போகும் வண்டியைப் பார்த்த படி நின்றிருந்தாள்

அத்தியாயம் மூன்று

என்ன மச்சி ஒரேடியாய் ஆளைக்காணோம்? தன்னைக் கிண்டலாய் கேட்கும் நண்பனை ஏறிட்டுப் பார்த்தான் சம்பத்

"அட அவன் பொண்ணு பார்த்திட்டு வறாம்ப்பா" என்ற படி இன்னொருவன் அவன் தோளில் தட்டினான்.

"டேய் சும்மா இருடா நீங்கள்ளாம் ப்ளாசாவில நின்னு சைட் அடிக்கிறீங்க

நான் மரியாதையாய் போய் பஜ்ஜி சொஜ்ஜி சாப்பிட்டு சைட் அடிக்கிறேன் அவ்வளவு தான்." கிண்டலாக பதில் சொன்னான் சம்பத்

"எனக்குத் தெரிஞ்சு பொண்ணு பார்க்கிறது ஒரு ஈவினிங் தான் நீ என்ன ன்னா ஒரு வாரமாய்க் காணோம். என்னடா கதை வுடுற?" பின்னால் இருந்தவன் அவன் தலையில் விளையாட்டாய்த் தட்டினான்.

"ஷீலாக் கூட எங்கேயாவது மஜா பண்ணப் போயிருப்பான் அதான் ஆளே காயப் மந்திரஜலாம் !மாயஜாலம் !"

தன்னைக் கிண்டலத்துக் கொண்டிருக்கும் நண்பர்களைப் மேல் அவனுக்கு கோபம் வந்தது அவனும்

அவனுடைய நிலை தெரியாமல் இவர்களுக்கு என்ன கிண்டல்.

ஷீலாவும் திருமணம் செய்து கொண்டதோ அல்லது அவளை மதுரையில் குடி வைத்திருப்பதும் தெரிந்தால் என்ன சொல்வார்கள்?

"ஷீலாவுக்குத் தெரியுமாடா நீ இப்படி சைடில் பொண்ணூ பார்க்கிறது?"

சம்பத் கேட்டவனை முறைத்தான்

"அமெரிக்கப் பெண்ணாச்சே ஷீலா கோவிச்சாலும் பரவாயில்லைன்னு போய் பார்த்திருப்பான் அப்படித்தானேடா?"

"சே சும்மா இருங்கடா ஏதோ அம்மா வருத்தப் பட போறாங்களேன்னு கூடப் போனேன். பொண்ணைப் பிடிக்கலைன்னு ஈசியா சொல்லிடலான்னு நினைச்சேன் இப்ப முடியாது போல இருக்கு கவலையாகச் சொன்னான்"

என்னடா சொல்ற? கோரஸாக கேட்டனர்

" அந்தப் பெண் வீட்டிற்கு என்னை ரொம்ப பிடிச்சுப் போச்சாம் நிச்சயதார்த்தம் வைத்து விட்டார்கள். திருமணத் தேதி கூட குறித்துவிட்டார்கள். இன்னும் ஒரு வாரத்தில் கல்யாணம். அமெரிக்காவில் ஹனிமூன்" என்னை பேசவே விடாமா எல்லோரும் கடகடன்னு திட்டம் போட்டுவிட்டார்கள்

அப்ப ஷீலாவுடைய கதி?

"ப்சு அதான் என்ன செய்றதுன்னே தெரியலை"

"ஷீலாவைக் கழட்டி விட்டுடு மச்சி"பின்னால் நின்றவன் முன்னால் வந்து நின்றான்

"டேய் ஷீலா உயிரை விட்டுடுவா!"

டேய் சம்பத் வாழ்க்கையில் காதல் ஒரு பொழுது போக்குதான் அதிர்ஷ்ட்ட தேவதை கதவை தட்டும் போது நாம் யோசிக்கவே கூடாது நண்பன் பேச பேச சம்பத் யோசனையில் ஆழ்ந்தான்.

அமெரிக்கா சென்றுவிட்டால் இவனுக்கும் வாழ்க்கை வசதிகள் பெருகியிருக்கும். யோசிக்க யோசிக்க ஒன்று புரிந்தது. ஷீலாவை விலக்கிவிடுவது நல்லது என்று பட்டது ஆனால் எப்படி?

தீப்தி. மாலையில் திரும்பி வந்து தோட்டத்தில் சுற்றிய படியே ராஜாவிற்காக காத்திருந்தாள். புல்லில் மழையின் ஈரம் இன்னும் இருந்தது. ராஜாவின் அழுக்குப் பாதத் தடங்கள் காம்பவுண்டு சுவரின் மேலே தெரிந்தது.

ராஜா அடுத்த வீட்டுக்குத் தாவிப் போயிருக்குமோ? மெதுவாய் கை வைத்து சுவரின் அடுத்த பக்கத்தைப்

பார்த்தாள். நாயின் கால் தடங்கள் சின்னதாய் தெரிந்தது. அவள் சந்தேகம் உறுதியாயிற்று ராஜா பக்கத்து வீட்டிற்கு தாவி குதித்துச் சென்றிருக்கிறது. அங்கே நட்டு வைத்தைருக்கும் ரோஜா செடியைக் கிளறியிருக்கிறது. காலையிலேயே கத்தி விட்டுப் போனான் பக்கத்து வீட்டுக்காரன் அவனுடைய ரோஜாச்செடியை ராஜா நாசம் செய்தது தெரிந்தால் என்ன சொல்வானோ?

இந்த மாரியம்மா தான் என்ன செய்து கொண்டிருந்தாள் ? நாயையும் கூட்டிக் கொண்டு எங்கே போனாளோ தெரியவில்லையே!

வீட்டின் முன்புற கதவை திறக்கும் சத்தம் கேட்டு வேகமாக முன்னால் சென்றாள். ராஜாவாயிருந்தால் இந்நேரம் குரைத்துக் கொண்டு வந்திருக்குமே! யாராயிருக்கும்?

வீட்டு வாசலில் கையில்லாத பனியனும் லுங்கியும் கட்டிய படி மாரியம்மாவின் கணவன் நின்றிருந்தான். நேற்று மாரியம்மா சொன்னாள் என்று வந்து சாமான்களை பிரித்து அடுக்கிக் கொடுத்து நிகவும் உதவினான்.

இன்றும் ஏதாவது வேலையிருக்கும் என்று வந்தானோ

என்ன சுப்பிரமணீ? நேற்றே எல்லா சாமானையும் அடுக்கியாச்சே? நான் எதும் வேணுன்னா மாரியம்மாக் கிட்ட சொல்கிறேன்

"அதில்லம்மா, எம்பொஞ்சாதி இங்கே வந்தாளான்னு பார்க்க வந்தேன்?

மாரியம்மாவா? நானும் அவளுக்காகத்தான் காத்திட்டு இருக்கேன். காலையில் அவளிடம் ராஜாவை விட்டுட்டுப் போனேன். இன்னும் காணுமே?!

"காலையில் வீட்டாண்ட தான் நாய் விளையாடிட்டு இருந்துச்சாம் ஒரு மூணு மணி போல பால் வாங்கிக்

கொடுத்துட்டு உங்க கிட்ட நாயை விட்டுட்டு வரென்னு இங்கே தான் வந்துச்சாம் இன்னும் திரும்பி வரலை அதான்" தலையை சொறிந்த படி சொன்னான். சுப்பிரமணி.

இரு மணி நேரம் இருவரும் அவரவர் துணைக்காக காத்திருந்தார்கள் அதன் பின் சுப்பிரமணி கவலையோடு கிளம்பிப் போனான்.

வந்தா உடனே வரச் சொல்லுங்கம்மா நான் எதுக்கும் வீட்டாண்டை இருக்கேன்.

அவன் கிளம்பிப் போனதும் தீப்திக்கு மாரியம்மாவின் மேல் சந்தேகம் வந்தது. ஒரு வேளை நாயை வேறு யாரிடமாவது விற்று இருப்பாளோ?

வெளி விளக்கை ஏற்றி விட்டு இரவு சாப்பாட்டி முடித்தாள் தீப்தி. ராஜா இல்லாமல் தனிமை கொடுமையாக இருந்தது இனி மாரியம்மாவிடம் ராஜாவை விட்டுவிட்டு போகக் கூடாது

ஹாலில் இருந்த சோஃபாவில் எதேதோ யோசித்தப் படியேகண்ணயர்ந்தாள். எவ்வளவு நேரம் தூங்கினாளோ தெரியாது. திடிரென்று திடுக்கிட்டு விழித்தாள்.

ஜன்னல் வழியாக இருட்டில் ஒரு உருவம் பளிங்குக் கண்கள் பளபளக்க அவளையே எரித்துவிடுவது போல பார்த்துக் கொண்டிருந்தது.

அத்தியாயம் நான்கு

ஷீலாவின் மனது மிகவும் அமைதியாக இருந்தது. அம்மாவிற்கும் தம்பிக்கும் கடிதம் எழுதி தெரிவித்தாகி விட்டது

தம்பியின் படிப்புக்குத் தேவையான பணத்தை அனுப்பியாகி விட்டது. . இரண்டு வாரத்தில் அம்மாவைப் போய் பார்த்தால் சரியாகிவிடும் என்ற நம்பிக்கை அவளுக்கு நிறைய இருந்தது சமையலில் இறங்கினாள் அவளுடைய லீவ் இன்னும் இரண்டு நாட்களில் முடிந்துவிடும். வேலைக்குப் போனால் சம்பளத்தை அப்படியே அம்மாவிற்கு கொடுக்க வேண்டும்.சம்பத் நல்லவன். சொன்னால் புரிந்துகொள்வான். அம்மாவும் சந்தோஷமாக சம்பத்தையும் மருமகனாக ஏற்றுக் கொள்வாள். சமையலறயிலிருந்து வந்து படுக்கையறைக்கு படி ஏறி சென்றாள்

படுக்கையில் மல்லாக்கப் படுத்துக் கொண்டு எதையோ தீவிர மாக யோசித்துக் கொண்டிருந்தான் சம்பத்

என்ன சம்பத் என்ன அப்படி யோசிச்சிட்டு இருக்கே! வா சாப்பிடலாம்.

படுத்த படியே மனைவியை கூர்ந்து பார்த்தான் சம்பத். இவ்வளவு அழகும் வீணாகப் போகிறது.

"என்ன நான் பாட்டு பேசிகிட்டே இருக்கேன் நீ என்னை அப்படி என்ன பார்த்துட்டு இருக்கே கேட்டபடி அவளும் படுக்கையில் உட்கார்ந்து அவள் தலையை கலைத்துவிட்டாள்.

என்னடா என்ன யோசனை?

சம்பத் எல்லாவற்றையும் நன்றாக யோசித்துவிட்டான். எப்போது எப்படி செய்ய வேண்டும் என்று திட்டம் போட்டாகி விட்டது அவன் திட்டம் போட்டால் எல்லாம்

கச்சிதமாக வரும்.அவனுக்கு தன்னை பற்றி ரொம்ப பெருமையாக இருந்தது.

ஷீலா தன் தாயைப் பற்றியும் தம்பியைப் பற்றியும் எதோ சொல்லிக் கொண்டிருந்தாள். அவளைப் பார்க்கும் போது ஊர்க் கோயிலில் கடா வெட்டுவதற்காக நின்று கொண்டிருக்கும் பலியாடு தான் அவனுக்கு நியாபகம் வந்தது. அவள் வேலையிலிருந்து திரும்பிய அன்று அவளைக் கொன்றுவிட வேண்டும். கொன்று பின் பக்கம் மரத்தடையில் புதைத்து விட வேண்டும்

அவள் விடுமுறையில் இருப்பதாக எண்ணிக் கொள்வார்கள். வேலையில் யாரும் அவளைத் தேட மாட்டார்கள். அவளுடைய தாயோ மகள் வானத்தில் பறந்து, பறந்து வேலை செய்வதாய் நினைத்துக் கொண்டிருப்பாள்.

ஷீலாவை மற்றவர்கள் தேடுவதற்குள் இவன் மதுரையிலிருந்து கிளம்பி விட வேண்டும். ஷீலா எங்கே என்று யாரும் தேடும் போது இவன் அமெரிக்கா பறந்திருப்பான்

"பர்த்டேக்கு உனக்கு ஒரு சர்ப்ரைஸ்" என்று அவளுக்கு சத்தமாய் ஒரு முத்தமிட்டான். உன் இறந்த நாளே உன்னுடைய இறந்த நாளாகட்டும் உன்னை புதைத்த இடத்தைல் உனக்குப் பிடித்த ரோஜாச்செடி வைத்து விடுகிறேன் என்று மனதுக்குள் நினைத்துக் கொண்டான்

அவன் நினைப்பது தெரியாமல் ஷீலா கிளுகிளுத்தாள்.

அவ அவளை அப்படையே இழுத்துப் போட்டு அணைத்துக் கொண்டான்.சம்பத் எப்படியும் இந்த அழகு வீணாகத்தானே போகிறது. அதற்குள் நன்றாக சுவைத்து விட வேண்டியது தான்

சூரியன் சூடாக ஜன்னல் வழியாக தீப்தியை எழுப்பியது. இரவு கொஞ்சம் கூட தூங்காமல் தலை விண்ணென்று வலித்தது. சோபாவில் அப்படியே கண்ணயர்ந்திருக்க வேண்டும். அலுவலகத்திற்கு

நேரமாகிவிட்டது, ராஜா நினைவுக்கு வந்தது,. டக்கென்று எழுந்து ஜன்னல் வெளியே எட்டிப் பார்த்தாள். எதிர்த்த வீட்டு மாமியிடம் மாரியம்மாவின் பெண் பாலைக் கொடுத்துக் கொண்டு இருந்தாள்

வீட்டுக்கு வெளியே வந்தாள் ஜன்னல்பக்கம் வந்து குனிந்து பார்த்தாள். ஏதாவது கால் தடம் தெரிகிறதா என்று ஒன்றும் தெரியவில்லை.

தன்னிச்சையாக ராஜாவைக் கைகள் தேடின,

“அக்கா இந்தாக்கா பால்”

“ஏய் குட்டி அம்மா எங்கே? “

அம்மா என்று கேட்டதும் அந்தச்சின்னப் பெண் அழ ஆரம்பித்துவிட்டாள்

அம்மா ராத்திரி வீட்டுக்கு வரவே இல்லை எங்கேன்னு தெரியலை. நானும் கூலுக்குப் போகணும்

மனசு கனத்த்துதீப்திக்கு சமாதானம் செய்து அனுப்பினாள்

ஆபிஸுக்கு கிளம்ப வேண்டியது தான் போகும் வழியில் போலீஸ் ஸ்டேஷன் போய் விட்டு கம்ப்ளைண்ட் கொடுக்க வேண்டும். நாயைக் காணோம் என்றால் தீவிரமாக எடுத்துக் கொள்வார்களோ என்னவோ?

இரவில் பார்த்த கண்கள் நினவுக்கு வந்தன.

சாலையில் யாருமே இல்லை. ஒரு நிமிடம் ஏனோ அவளுக்கு தீடிரென்று பயம் கவ்வியது. இரவு பார்த்த கண்கள் உடலை சிலிர்க்க வைத்தன. போலீசுக்குப் போகலாமா?

உடலை ஒரு தரம் உலுக்கியவள் பார்வையில் பக்கத்து வீட்டு வாசலில் பால் பாக்கெட் பட்டது.. வாசலில் பூட்டுத் தொங்கியது. பாலைப் பார்க்காமல் சென்று விட்டானோ?அநியாயமாக பால் கெட்டு விடப் போகிறது. இல்லையில் தெரு நாய்கள் ஏதாவது கடித்து குதறி விட்டாலும் விடும்.யோசித்தவள் அதை எடுக்க அவன் வீட்டு காம்பவுண்டுக்குள் நுழைந்து பாலை எடுத்துக் தன் வீட்டுக்குள்

வைத்து விட்டு திரும்ப வந்தாள். அலுவலகத்திற்கு நேரமாகிவிட்டது. வீட்டைப் பூட்டிவிட்டு காம்பவுண்ட் சுதவையும் இழுத்துப் பூட்டினாள்.

"எக்ஸ்க்யூஸ்மீ

குரல் கேட்டுத் திரும்பினாள். ஒரு வயதான மூதாட்டியும் ஒரு பதினேழு பதினெட்டு வயது பையனும் நின்றிருந்தனர்.

இங்கே ஷீலா வீடு எதுன்னு தெரியுங்களா? ஒரு கடிதத்தை காட்டினான் அதன் பின் புறத்தில் இருந்த விலாசம் பக்கத்து வீட்டுக்காரனுடையதாக இருந்தது. இதோ இந்த வீடு தான் காட்டினாள்.

யம்மா எம் பொண்ணை நீ பார்த்து இருக்கிறாயா அந்தப் தாய் ஒருபுகை படத்தை காட்டினாள்

பக்கத்து வீட்டு கடுவாப் புலிதான் ஒரு அழகான பெண்ணுடன் உட்கார்ந்திருந்தான்.

"ஆனால் நானிந்த இடத்திற்கு வந்து இரண்டு நாள் தானாகிறது அதனால் இந்தப் பெண்ணை பார்க்க வாய்ப்பு கிடைக்கவில்லை.ஆனால் அவர் கணவரைப் பார்த்திருக்கிறேன்" தன் மனைவி ஊருக்கு போயிருப்பதாய் பால் காரியிடம் சொல்லிக் கொண்டிருந்தார்.

என் பெண் இவ விமான பணிப்பெண் வேலை பார்க்கிறாள் விஜவாடாவிலேர்ந்து வருகிற சென்னை பறந்து வந்தா அதுக்கப்புறம் மூணு வாரமா ஒரு தகவலும் இல்லை, மூணு நாளுக்கு முன்னால் காதலிச்சு இந்தப் பையனை கல்யாணம் பண்ணிக்கிட்டதா இந்த கடிதம் வந்தது. அதான் ஓடி வந்தோம் அந்த தாய் அரற்றினாள்

தீப்திக்கு என்ன சொல்வது என்று தெரியவில்லை

"விவரம் வேண்டுமானால் அந்த வீட்டிற்குச் செல்லுங்கள் என்ற படி நடையைக் கட்டினாள்"

வேலையில் மனமே போகவில்லை. தப்பு தப்பாக கணக்குப் போட்டாள்

ராஜா, மாரியம்மா ஷீலா என்று மனம் சுற்றி சுற்றி வந்தது. லீவு போட்டுவிட்டு வீட்டுக்கு வந்தாள். தலையை வலித்தது. போலீஸ் ஸ்டேஷனுக்குப் போய் ராஜாவைப் பற்றி புகார் கொடுத்தாள். மாரியம்மாவின் மேல் தனக்கு இருந்த சந்தேகத்தைச் சொன்னாள் தீப்தி. அங்கிருந்த கான்ஸ்டபிள் அவளை ஒரு மாதிரியாகப் பார்த்தாலும் எழுதி வாங்கிக் கொண்டான்.

சோர்வாக வீடு திரும்பினாள் மூன்று மணி வெயில் மண்டையை பிளந்தது. அவள் வீட்டுக்குத் திரும்பி உள்ளே நுழையும் வேளையில் பக்கத்து வீட்டில் பைக்கைப் பார்த்தாள்

அந்த ஆள் இருக்கிறான் போல காலையில் பார்த்த ஆட்களைப் பற்றியும் சொல்ல வேண்டும்.

கதவைக் கூட திறக்காமல் அப்படியே போய் அவன் வீட்டுக் கதவைத் தட்டினாள்

அத்தியாயம் ஐந்து

கையிலிருந்த கத்தியை பார்த்துக் கொண்டிருந்தான் சம்பத், ஷீலாவைக் கொன்ற அதேக் கத்தி. பைக்கை ரயில்வே ஸ்டெஷனில் விட்டுவிட்டுக் இந்த கத்தி வண்டி ரெஜிஸ்ட் ரெஷன் இரண்டையும் எங்காவது தூக்கி எறிந்து விட்டுக்கிளம்பினால் இன்று இரவு சென்னையில் கல்யாண மாப்பிள்ளையாக ஆஜராகி இருப்பான். இங்கே மதுரையில்என்ன ஏது என்று யாரும் விசாரிக்க ஆரம்பிக்கும் போது அவன் இந்தியாவிலேயே இருக்கமாட்டான். திருமணமாகி மூன்றாம் நாளில் அமெரிக்காவை நோக்கி வானத்தில் பறந்து கொண்டிருப்பான்.இவனதுசாமார்த்தியத்தை மெச்சியபடி தனக்குள்ளே சிரித்துக் கொண்டான்.

அவன் எதிர்பார்க்காத நேரத்தில் .திறந்திருந்த பின் கதவு வழியாக ராஜா அவன் மேல் பாய்ந்தது தடுமாறிக் கீழே விழுந்தான்.. ஒரு வினாடி தான் சம்பத்.நாயை ராட்சத பலத்தோடு ராஜாவைத் தூக்கி எறிந்தான்.

உர் என்று உறுமியபடி அவன் மேல் மீண்டும் பாயுந்து வர கையிலிருந்த கத்தியை ராஜாவின் நெஞ்சில் ஏற்றினான். ஷீலாவைக் கொன்ற அதேகத்தி இப்போது ராகாவைக் உயிரைப் பறித்ஹ்டது.

ஐயோ ஐயோ பாவி வாயில்லாஜீவனைக் கோன்னுட்டியே மரியம்மாள் கத்தினாள். நாயின் பின்னால் அவள் ஓடி வந்திருக்க வேண்டும் மூச்சிரைத்துக கத்தினாள்

சட்டென்று அவள் பென்னியைப் பிடித்து "கத்தாதே கத்தாதே என்று மாரியம்மாவின் தலையை மோதினான் சம்பத்

நச் நச் சென்று மாரியம்மாவின் தலை சுவரில் இடிக்க தேங்காய் போல அவள் மண்டை உடைந்தது

எல்லாம் சில நிமிடங்களில் நடந்து முடிந்தன.

அங்கே நிசப்தம்

கொலை வெறிக் கண்களோடு அங்கே நின்று கொண்டிருந்தான் சம்பத்

தீப்தி கதவைத் தொட்டதும் அது கிரீச் சத்தத்துடன் திறந்து கொண்டது. கதவு பாதி திறந்த நிலையிலேயே மெதுவாக உள்ளே நுழைந்தாள். ஜன்னல் திரைகள் மூடியிருந்ததால் அறை இருட்டாக இருந்தது. டிவி ஓடிக் கொண்டிருந்தது

ஹலோ மிஸ்டர்

என்ற படி இன்னும் கொஞ்சம் அறைக்குள் அடியெடுத்து வைத்தாள்.

குப் என்று துர்நாற்றம் அடித்தது. மூச்சுத் திணறியது. அங்கு அவள் பார்த்த காட்சி அவள் இரத்தத்தை உறைய வைத்தது. ஆ... என்று கத்த வாய் திறந்தாலும் சத்தம் வெளிவரவில்லை.

சோபாவில் காலையில் பார்த்த மூதாட்டி மல்லாக்க சோபாவில் சாய்ந்திருந்தார். திறந்திருந்த அவரது வாயிலிருந்து ஈக்கள் உள்ளேயும் வெளியேயும் பறந்து கொண்டிருந்தன. டெலிஃபோனின் சுருண்ட ஒயர் அவருடைய கழுத்தை இறுக்கியிருந்தது. அவர் போராடியிருக்க வேண்டும். போராட்டின் வேகத்தில் டெலிபோன் சுவரிலிருந்து பிடுங்கி எறிந்து இருப்பது தெரிந்தது.

தொண்டைக்குள் என்னவோ வந்து அடைத்தது. திரும்பி தலை தெறிக்க ஓடு என்று மூளை எச்சரித்தது. ஆனால் கால்கள் நகர மறுத்தன. உடல் குலுங்கியது மூளை யோசிக்க மறுத்தது. வெளிறிப் போய் இருந்துத அவள் முகம்.

தடதடக்கும் இதயத்தை சமன் படுத்த முயன்றாள் தீப்தி

இங்கே என்ன நடந்திருக்கும்? திருடர்கள் யாராவது வந்திருப்பார்களோ?

"ம்ம் மா" "ம் மா" முனங்கல் சத்தம் கேட்டது

முனங்கல் சத்தம் வந்த திசை நோக்கி நடந்தாள். அதையும் தொடமால் ஜாக்கிரதையாக பூனை நடை நடந்தாள் வரவேற்பு மேஜை சோபா இவற்றை தாண்டி நடந்தாள் . சோபாவில் மல்லாந்து கிடக்கும் பிணத்தைப் பார்த்தாலே வயிற்றை புரட்டி எடுத்தது.

கடுவாப் புலி எங்கே? அவனுக்கு விஷயம் தெரியுமா? அவனுக்கும் ஏதாவது அடி பட்டிருக்குமோ?யோசித்தபடியே நடந்தவள் கால்களில் ஏதோ பிசுபிசுத்தது. குனிந்து பார்த்தாள்

இரத்தம் .

சிவப்பாய் இன்னும் ஈரம் காயாமல் இரத்தம் சின்ன குட்டையாக தேங்கி இருந்தது. அங்கே இருந்து கோடாக ரத்தக்கறை

இரத்தக்கறையை சேர்ந்தே பார்வையை ஓட்டியவள் திடுக்கிட்டாள்

சமையலறை கடைசியில் பின் கதவின் பக்கம் குற்றுயிரும் குலை உயிருமாய் அந்த பதினேழு வயது சிறுவன் கிடந்தான்.

இதயம் படபடக்க பக்கத்தில் போய் முழங்காலிட்டு குனிந்து போய் பார்த்தாள் இடது பக்க கழுத்தில் குத்திய கத்தி இன்னும் அப்படியே சொருகியிருந்தது.அந்த இடத்திலிருந்து இரத்தம் மெதுவாய் கசிந்து கொண்டிருந்தது.

திருடர்களோ? இப்போது தான் அடித்துப் போட்டுவிட்டு போயிருக்கிறார்கள். அவள் வெளியே சென்று உதவி கேட்பது தான் புத்திசாலித்தனம். எழுந்தவளின் சேலையை அந்தப் பையன் இழுத்தான். அவன் வாய் முணுமுணுத்தது

ஏதோ சொல்ல வருகிறான்.

கீழே குனிந்து காதை கூர்மையாக்கிக் கேட்டாள்

த்த் த தா .த் தாண்

தண்ணிர் கேட்கிறான் போல சுற்றும் முற்றும் பார்த்தாள். துடைத்து வைத்தால் போல் இருந்தது சமையலறை

எழுந்து ஃப்ரிட்ஜை திறந்தாள்

திறந்த வேகத்தில் .

உள்ளேயிருந்து அவளுடைய ராஜா விழியில் உயிர் இல்லாம எட்டிப் பார்த்தது.

"வீல்" என்று கத்த ஆரம்பித்தவளின் பின்தலையில் இடியாக அடி இறங்கியது

மயங்கி விழுந்தாள்

தன் காலுக்கடியில் விழுந்துகிடந்த பெண்ணை பார்த்தான் சம்பத். இவளும் இவளுடைய் வெறி நாய் மட்டும் வரமால் இருந்திருந்தால் இந்நேரம் அவன் கல்யாண மாப்பிள்ளையாய் அமெரிக்கப் பெண்ணை கொஞ்சிக் கொண்டு இருப்பான். ஆனால் இப்போது ஐந்து கொலைகளை செய்து விட்டு செய்வது தெரியாமல் நிற்கிறான். அவன் எதிர்காலமே போய் விட்டது.

இல்லை இல்லை

ஒரு முட்டாள் பெண்ணும் அவளுடைய நாயும் சேர்ந்து அவனுடைய எதிர்காலத்தைப் பாழாக்க இவன் விட மாட்டான். .ஏதாவது செய்தாக வேண்டும். என்ன செய்வது? அது தான் தெரியவில்லை. தலை முடியை பிய்த்துக் கொள்ளலாம் போலிருந்தது. தன் கால் கீழ்க் கிடந்த இரு

உடல்களையும் பார்த்தான். வெளியே ஆட்களின் நடமாட்டம் மீண்டும் தொடங்கியிருந்தது. வேகமாய் சென்று முன் கதவையும் பின் கதவையும் இழுத்து மூடினான். டேபிள் மேல் இருந்த விஸ்கியை வாயில் வேகமாக ஊற்றிக் கொண்டான். ஓடிக் கொண்டிருந்த தொலை காட்சியை உறுத்துப் பார்த்தான். ஏதாவது செய்ய வேண்டும் என்ன செய்ய வேண்டும்? அவன் உடைகளின் மேல் தெரித்திருந்த இரத்ததின் நேடியும் பிணவாடையும் எரிச்சலை ஏற்படுத்தியது. துணியைக் கிழித்துக் கொண்டு ஓடிவிடலாம் போல் வெறி வந்தது. சட்டையை சுழற்றி எறிந்தான். கோபத்ஹ்டோடு படியேறி படுக்கையறைக்குச் சென்றான் கோபத்துடன் சென்று குளியலறைக்குள் புகுந்தான். உடலும்மனமும் குளிரக் குளிரக் குளித்தான். அவன் வெளியே வரும் போது ஒரு திட்டத்தோடு வெளியே வந்தான். இரவு வரை பொறுத்திருந்தால் போதும். அப்புறம் இவனுக்கு இந்த பிணக்குவியலிடமிருந்து விடுதலை தான்.

மெல்ல மெல்ல அசைந்தாள் தீப்தி. தலை வலித்தது. மெல்ல எழ முயன்றாள். தலையைச் சுற்றியது. எங்கோ தூரத்தில் யாரோ பேசுவது கேட்டது. மெல்ல ஒரு நிதானத்திற்கு வந்தாள். மெல்ல மெல்ல ஒவ்வொன்றாய் நினைவுக்கு வந்தது.ராஜா அவளுடைய செல்ல ராஜா உடலை உலுக்கிக் கொண்டு எழுந்து உட்கார்ந்தாள் அவள் பக்கத்தில் அந்தப் பையன் இப்போது செத்துப் போய் இருந்தான்.மெது மெதுவாய் உயிர் போயிருக்கிறது !
பாவம் எவ்வளவு வேதனையாக இருக்கும்
தடுமாறி எழுந்தாள். அவளை யார் அடித்தார்கள்? எதை வைத்து அடித்தார்கள்?
கால் தடு மாறியது சுவற்றைப் பிடித்து தன்னை நிலை நிறுத்தினாள். டிவி இன்னும் ஓடிக் கொண்டிருந்தது, சுற்றும் முற்றும் பார்த்தாள்.

நீ இன்னும் சாகலையா? ஹாலில் ஒருகையில் சிகரட்டும் மறுகையில் விஸ்கி பாட்டிலுமாக நின்றிருந்தான் கடுவாப் புலி!

பட்டன் போடாத சட்டைமார்பில் திறந்து இருந்தது.

"நீ , நீ, ராஜா" பேசமுடியாமல் நாக்கு உலர்ந்து போனது

"ஆமாம் உன் புத்திசாலி நாயும் அந்த பால்கார கிழவியும் என் கையால் தான் மோட்சம் போனார்கள்." பேசியபடியே தீப்தியின் அருகில் வந்து தீப்தியை மெல்ல சுற்றினான்

பயத்தில் நடுங்கினாள் தீப்தி

"நீயும் அழகாத்தான் இருக்கே!" தீப்தியிமன் முகத்தில் சிகரெட் புகையை ஊதினான்

அவனிமிருந்து விலகி நகர்ந்தாள் கீழே கிடந்த பிணம் காலில் இடறியது

"இது இது" வாயிலிருந்த உமிழ்நீரை முழுங்கிக் கொண்டு கேட்டாள்

"ஷீலாவிற்கு தனியா இருக்க பயப்படுவா அதுதான் அவ அம்மாவையும் தம்பியையும் கூடவே அனுப்பிச்சு வைச்சேன்" கடகட வென்று சிரித்தான் சம்பத்.

பேசிய படியே சமையலறயில் இருந்த சமையல் வாயுவைச் சின்னதாஉ திறந்து விட்டான். ஷீலாவின் தாயாரின் உடலை இழுத்து வந்து தீப்தியின் காலடியில் போட்டான்.

அவன் தன் காரியத்தில் மும்முரமாக் இருக்க ஆபத்தை உணர்ந்த திப்தி பின் கதவை நோக்கி அங்குலம் அங்குலமாக நகர்ந்தாள் தீப்தி

"இதோ பார் உன் ராஜாவால் என்னோட ப்ளான் எல்லாம் கெட்டுப் போச்சு அதுக்கு நீ ப்ராயச்சித்தம் பண்ணனும்".அவளை நேராகப் பார்த்தன் சம்பத்

“இந்தா இந்த பெட் ரோலை எல்லா இடத்துக்கும் ஊத்து” அவள் கையில் டின்னைத் திணித்தான்

முகம் வெளிறிப் போய் அவனைப் பார்த்தாள் தீப்தி

என்ன பார்க்கற ?என்னைப் பற்றிய சாட்சியத்தை எல்லாம் எரிச்சு சாம்பலாக்க வேண்டாமா?

என்றவன் அவளை இழுத்து அவள் இடக்கையால் வயிற்றில் கை வைத்து பின் பக்கமாக அவளை அணைத்துக் கொண்டான். திமிறினாள் தீப்தி. ஆனால் அவன் விடவில்லை பின்னாலிருந்து அணைத்தபடியே அவளை முழங்கால்களால் நெட்டித் த்ள்ளினான்.

தீப்தியின் கைகளைப் பிடித்து பெட்ரோலை அறையெங்கும் தெளிக்க வைத்தான். டின் காலியானதும் அதைத் தூக்கி எறிந்துவிட்டு தீப்தியைத் தன் பக்கமாகத் திருப்பினான்

அவன் கண்களிலிருந்த கொலை வெறி போய் பெண் வெறி தெரிந்தது.

" வேண்டாம் விட்டு விடு விட்டு விடு" கெஞ்சினாள் தீப்தி

“என்னம்மா நீ எனக்கு கல்யாணம் ஆகப் போகுது அதைக் கொண்டாடலாம்ன்னு நினைக்கிறேன் நீ இப்படி பயப்படுறீயே!” என்ற படி அவளை இறுக்க அணைத்தான். திமிறிக் கொண்டு முன் கதவை நோக்கி

ஓடினாள் தீப்தி தாவி அவளைப் பிடித்தான் சம்பத்.

உயிர்க்கு மேலானது மானம். அது காக்க போரடினாள் தீப்தி போராடிப் போரடி ஓய்ந்தாள். துவண்டு விழுந்த அவளை அள்ளித் தூக்கினான் சம்பத்

“எப்படியும் நீ சாகப் போகிறாய் சாவதற்கு முன் சுகம் அனுபவித்துவிட்டு செத்துப் போ” என்ற படி வாயில் கடித்திருந்த சிகரெட்டை சமையலறை பக்கம் தூக்கி எறிந்தான்.

காஸ் கசிந்து இருந்தால் தீ கப் பென்ன்று பறிக் கொண்டது. மெதுமெதுவாய் கிடந்த இரண்டு பிணங்களையும் தீ மெது மெதுவாய் தன் நாக்குகளை நீட்டி கபளிகரம்செய்ய ஆரம்பித்தது. புகை அறையை இருட்டால் மூடத் தொடங்கியது.

மரத்துப் போய் நின்ற தீப்தியை தரையில் சாய்த்தான் சம்பத், தன்னிலை உணர்வு வந்தவளாய் உருண்டாள் தீப்தி. விடாதவனாய் அவள் மேல் விழுந்தான் சம்பத். விழுந்தவன் மெல்ல மெல்ல அவள் மேல் படர ஆரம்பித்தான். தோற்றுப் போனவளாய் கண்ணீர் சிந்தினாள் தீப்தி

சமையலறையில் தீயின் நாக்குகள் பெரிதாய் வேக வேகமாய் வளர்ந்திருந்தன. சூடு தாங்காமல் காஸ் சிலிண்டர் வெடித்தது. தீப்தியின் உள்ளும் ஏதோ ஒன்று உக்கிரமாய் வெளிப்பட்டது. கடைசி வரை போராடிப் பார்க்க வேண்டும். சம்பத்தை உதறித் தள்ளினாள் எழுந்து அறைக்குள்ளே மீண்டும் ஓட ஆரபித்தாள் சம்பத்திற்கு துணையிருப்பது போல தீ கோபமாய் அவளை எங்கும் ஓட விடாமல் தடுத்தது. தூரத்தில்தீயணைப்ப்ய் வண்டியின் சத்தம் கேட்டது.

ஆனால் அவர்கள் வருவதற்கு முன் அவள் மானம் போய்விடுமே! சம்பத் வெறியோடு நெருங்கி வர வர சுவரோடு ஒடுங்கினாள். எப்படி தப்புவது என்று வழி தேடிய அவள் கண்களுக்கு தொலைக்காட்சி மேல் இருந்த விஸ்கி பாட்டில் கண்ணில் பட்டது. தாவி எடுத்து நாற்காலியில் அதை உடைத்தாள். மதுமயக்கத்தோடும் பெண்வெறியோடும் அவள் மேல் வேகமாய் விழுந்த சம்பத்தின் தொண்டைக் குழியில் ஆத்திரதோடு சொருகினாள்.

கண்கள் நிலை சொருக அப்படியெ வழிந்து விழுந்தான் சம்பத்,

அவன் விழுந்ததைக் கூட பார்க்காமல் முன் கதவை உடைத்துக் கொண்டு வெளியே ஓடினாள் தீப்தி

வெளியே ஓடிய வேகத்தில் ரோட்டில் விழுந்து குமுறிக் குமுறி அழுதாள். ஆதரவாக அவள் தோள் தொட்டு தூக்கினார் ஒரு தீயணைப்பு படை வீரர்.

முற்றும்